2021

My life is FILLED with an ABUNDANCE of GOODNESS

This Planner Belongs to:

____

My soul continuously REJOICES as I engage in GRATITUDE
GRATITUDE

2021

January

SUN	MON	TUE	WED	THU	FRI	SAT
					1	2
3	4	5	6	7	8	9
10	11	12	13	14	15	16
17	18	19	20	21	22	23
24	25	26	27	28	29	30
31						

February

SUN	MON	TUE	WED	THU	FRI	SAT
	1	2	3	4	5	6
7	8	9	10	11	12	13
14	15	16	17	18	19	20
21	22	23	24	25	26	27
28						

March

SUN	MON	TUE	WED	THU	FRI	SAT
	1	2	3	4	5	6
7	8	9	10	11	12	13
14	15	16	17	18	19	20
21	22	23	24	25	26	27
28	29	30	31			

April

SUN	MON	TUE	WED	THU	FRI	SAT
				1	2	3
4	5	6	7	8	9	10
11	12	13	14	15	16	17
18	19	20	21	22	23	24
25	26	27	28	29	30	

May

SUN	MON	TUE	WED	THU	FRI	SAT
						1
2	3	4	5	6	7	8
9	10	11	12	13	14	15
16	17	18	19	20	21	22
23	24	25	26	27	28	29
30	31					

June

SUN	MON	TUE	WED	THU	FRI	SAT
		1	2	3	4	5
6	7	8	9	10	11	12
13	14	15	16	17	18	19
20	21	22	23	24	25	26
27	28	29	30			

July

SUN	MON	TUE	WED	THU	FRI	SAT
				1	2	3
4	5	6	7	8	9	10
11	12	13	14	15	16	17
18	19	20	21	22	23	24
25	26	27	28	29	30	31

August

SUN	MON	TUE	WED	THU	FRI	SAT
1	2	3	4	5	6	7
8	9	10	11	12	13	14
15	16	17	18	19	20	21
22	23	24	25	26	27	28
29	30	31				

September

SUN	MON	TUE	WED	THU	FRI	SAT
			1	2	3	4
5	6	7	8	9	10	11
12	13	14	15	16	17	18
19	20	21	22	23	24	25
26	27	28	29	30		

October

SUN	MON	TUE	WED	THU	FRI	SAT
					1	2
3	4	5	6	7	8	9
10	11	12	13	14	15	16
17	18	19	20	21	22	23
24	25	26	27	28	29	30
31						

November

SUN	MON	TUE	WED	THU	FRI	SAT
	1	2	3	4	5	6
7	8	9	10	11	12	13
14	15	16	17	18	19	20
21	22	23	24	25	26	27
28	29	30				

December

SUN	MON	TUE	WED	THU	FRI	SAT
			1	2	3	4
5	6	7	8	9	10	11
12	13	14	15	16	17	18
19	20	21	22	23	24	25
26	27	28	29	30	31	

I am a magnet for all good and I am grateful for it

SUN	MON	TUE	WED	THU	FRI	SAT
					1	2
3	4	5	6	7	8	9
10	11	12	13	14	15	16
17	18	19	20	21	22	23
24	25	26	27	28	29	30
31						

January

December 2020/January 2021

| Monday 28 |
| Tuesday 29 |
| Wednesday 30 |
| Thursday 31 |
| Friday 1 |
| Saturday 2 |
| Sunday 3 |

To-Do:

- ☐ _______________________
- ☐ _______________________
- ☐ _______________________
- ☐ _______________________
- ☐ _______________________
- ☐ _______________________
- ☐ _______________________
- ☐ _______________________
- ☐ _______________________
- ☐ _______________________
- ☐ _______________________
- ☐ _______________________
- ☐ _______________________

Habit Tracker

MON					
TUE					
WED					
THU					
FRI					
SAT					
SUN					

January 2021

Monday 4

Tuesday 5

Wednesday 6

Thursday 7

Friday 8

Saturday 9

Sunday 10

To-Do:

- [ ] _______________
- [ ] _______________
- [ ] _______________
- [ ] _______________
- [ ] _______________
- [ ] _______________
- [ ] _______________
- [ ] _______________
- [ ] _______________
- [ ] _______________
- [ ] _______________
- [ ] _______________

Habit Tracker

MON					
TUE					
WED					
THU					
FRI					
SAT					
SUN					

January 2021

Monday 11	
Tuesday 12	
Wednesday 13	
Thursday 14	
Friday 15	
Saturday 16	
Sunday 17	

To-Do:

Habit Tracker

MON					
TUE					
WED					
THU					
FRI					
SAT					
SUN					

January 2021

| Monday 18 |
| Tuesday 19 |
| Wednesday 20 |
| Thursday 21 |
| Friday 22 |
| Saturday 23 |
| Sunday 24 |

To-Do:

- ☐ ______________
- ☐ ______________
- ☐ ______________
- ☐ ______________
- ☐ ______________
- ☐ ______________
- ☐ ______________
- ☐ ______________
- ☐ ______________
- ☐ ______________
- ☐ ______________
- ☐ ______________

Habit Tracker

MON					
TUE					
WED					
THU					
FRI					
SAT					
SUN					

January 2021

Monday 25

Tuesday 26

Wednesday 27

Thursday 28

Friday 29

Saturday 30

Sunday 31

To-Do:

Habit Tracker

MON					
TUE					
WED					
THU					
FRI					
SAT					
SUN					

I AM LEARNING TO BE GRATEFUL EACH DAY

SUN	MON	TUE	WED	THU	FRI	SAT
	1	2	3	4	5	6
7	8	9	10	11	12	13
14	15	16	17	18	19	20
21	22	23	24	25	26	27
28						

February

February 2021

Monday 1	
Tuesday 2	
Wednesday 3	
Thursday 4	
Friday 5	
Saturday 6	
Sunday 7	

To-Do:

- ___________________
- ___________________
- ___________________
- ___________________
- ___________________
- ___________________
- ___________________
- ___________________
- ___________________
- ___________________
- ___________________
- ___________________
- ___________________

Habit Tracker

MON					
TUE					
WED					
THU					
FRI					
SAT					
SUN					

February 2021

Monday 8	
Tuesday 9	
Wednesday 10	
Thursday 11	
Friday 12	
Saturday 13	
Sunday 14	

To-Do:

-
-
-
-
-
-
-
-
-
-
-
-

Habit Tracker

MON				
TUE				
WED				
THU				
FRI				
SAT				
SUN				

February 2021

Monday 15

Tuesday 16

Wednesday 17

Thursday 18

Friday 19

Saturday 20

Sunday 21

To-Do:

Habit Tracker

MON					
TUE					
WED					
THU					
FRI					
SAT					
SUN					

February 2021

Monday 22
Tuesday 23
Wednesday 24
Thursday 25
Friday 26
Saturday 27
Sunday 28

To-Do:

- ☐ ______________________
- ☐ ______________________
- ☐ ______________________
- ☐ ______________________
- ☐ ______________________
- ☐ ______________________
- ☐ ______________________
- ☐ ______________________
- ☐ ______________________
- ☐ ______________________
- ☐ ______________________
- ☐ ______________________

Habit Tracker

MON					
TUE					
WED					
THU					
FRI					
SAT					
SUN					

SUN	MON	TUE	WED	THU	FRI	SAT
	1	2	3	4	5	6
7	8	9	10	11	12	13
14	15	16	17	18	19	20
21	22	23	24	25	26	27
28	29	30	31			

March

March 2021

Monday 1	
Tuesday 2	
Wednesday 3	
Thursday 4	
Friday 5	
Saturday 6	
Sunday 7	

To-Do:

- ☐ __________________
- ☐ __________________
- ☐ __________________
- ☐ __________________
- ☐ __________________
- ☐ __________________
- ☐ __________________
- ☐ __________________
- ☐ __________________
- ☐ __________________
- ☐ __________________
- ☐ __________________

Habit Tracker

MON					
TUE					
WED					
THU					
FRI					
SAT					
SUN					

March 2021

	To-Do:
Monday 8	☐ ___________
	☐ ___________
	☐ ___________
Tuesday 9	☐ ___________
	☐ ___________
	☐ ___________
Wednesday 10	☐ ___________
	☐ ___________
	☐ ___________
Thursday 11	☐ ___________
	☐ ___________
	☐ ___________
Friday 12	☐ ___________
Saturday 13	
Sunday 14	

Habit Tracker

MON					
TUE					
WED					
THU					
FRI					
SAT					
SUN					

March 2021

Monday 15
Tuesday 16
Wednesday 17
Thursday 18
Friday 19
Saturday 20
Sunday 21

To-Do:

- ☐ ______________________
- ☐ ______________________
- ☐ ______________________
- ☐ ______________________
- ☐ ______________________
- ☐ ______________________
- ☐ ______________________
- ☐ ______________________
- ☐ ______________________
- ☐ ______________________
- ☐ ______________________
- ☐ ______________________

Habit Tracker

MON					
TUE					
WED					
THU					
FRI					
SAT					
SUN					

March 2021

| Monday 22 |
| Tuesday 23 |
| Wednesday 24 |
| Thursday 25 |
| Friday 26 |
| Saturday 27 |
| Sunday 28 |

To-Do:

- ○ _______________
- ○ _______________
- ○ _______________
- ○ _______________
- ○ _______________
- ○ _______________
- ○ _______________
- ○ _______________
- ○ _______________
- ○ _______________
- ○ _______________
- ○ _______________
- ○ _______________

Habit Tracker

MON				
TUE				
WED				
THU				
FRI				
SAT				
SUN				

March/April 2021

Monday 29
Tuesday 30
Wednesday 31
Thursday 1
Friday 2
Saturday 3
Sunday 4

To-Do:

- ☐ ______________________
- ☐ ______________________
- ☐ ______________________
- ☐ ______________________
- ☐ ______________________
- ☐ ______________________
- ☐ ______________________
- ☐ ______________________
- ☐ ______________________
- ☐ ______________________
- ☐ ______________________
- ☐ ______________________

Habit Tracker

MON					
TUE					
WED					
THU					
FRI					
SAT					
SUN					

My daily ATTITUDE is one of GRATITUDE

SUN	MON	TUE	WED	THU	FRI	SAT
				1	2	3
4	5	6	7	8	9	10
11	12	13	14	15	16	17
18	19	20	21	22	23	24
25	26	27	28	29	30	

April

April 2021

Monday 5
Tuesday 6
Wednesday 7
Thursday 8
Friday 9
Saturday 10
Sunday 11

To-Do:

- ☐ _______________
- ☐ _______________
- ☐ _______________
- ☐ _______________
- ☐ _______________
- ☐ _______________
- ☐ _______________
- ☐ _______________
- ☐ _______________
- ☐ _______________
- ☐ _______________
- ☐ _______________

Habit Tracker

MON					
TUE					
WED					
THU					
FRI					
SAT					
SUN					

April 2021

Monday 12

Tuesday 13

Wednesday 14

Thursday 15

Friday 16

Saturday 17

Sunday 18

To-Do:

Habit Tracker

MON					
TUE					
WED					
THU					
FRI					
SAT					
SUN					

April 2021

Monday 19	
Tuesday 20	
Wednesday 21	
Thursday 22	
Friday 23	
Saturday 24	
Sunday 25	

To-Do:

Habit Tracker

MON					
TUE					
WED					
THU					
FRI					
SAT					
SUN					

April/May 2021

Monday 26	
Tuesday 27	
Wednesday 28	
Thursday 29	
Friday 30	
Saturday 1	
Sunday 2	

To-Do:

☐ ______________________
☐ ______________________
☐ ______________________
☐ ______________________
☐ ______________________
☐ ______________________
☐ ______________________
☐ ______________________
☐ ______________________
☐ ______________________
☐ ______________________
☐ ______________________
☐ ______________________

Habit Tracker

MON					
TUE					
WED					
THU					
FRI					
SAT					
SUN					

SUN	MON	TUE	WED	THU	FRI	SAT
						1
2	3	4	5	6	7	8
9	10	11	12	13	14	15
16	17	18	19	20	21	22
23	24	25	26	27	28	29
30	31					May

May 2021

Monday 3
Tuesday 4
Wednesday 5
Thursday 6
Friday 7
Saturday 8
Sunday 9

To-Do:

- ☐ __________________________
- ☐ __________________________
- ☐ __________________________
- ☐ __________________________
- ☐ __________________________
- ☐ __________________________
- ☐ __________________________
- ☐ __________________________
- ☐ __________________________
- ☐ __________________________
- ☐ __________________________
- ☐ __________________________

Habit Tracker

MON					
TUE					
WED					
THU					
FRI					
SAT					
SUN					

May 2021

| Monday 10 |
| Tuesday 11 |
| Wednesday 12 |
| Thursday 13 |
| Friday 14 |
| Saturday 15 |
| Sunday 16 |

To-Do:

- ☐ ______________________
- ☐ ______________________
- ☐ ______________________
- ☐ ______________________
- ☐ ______________________
- ☐ ______________________
- ☐ ______________________
- ☐ ______________________
- ☐ ______________________
- ☐ ______________________
- ☐ ______________________
- ☐ ______________________

Habit Tracker

MON					
TUE					
WED					
THU					
FRI					
SAT					
SUN					

May 2021

Monday 17	
Tuesday 18	
Wednesday 19	
Thursday 20	
Friday 21	
Saturday 22	
Sunday 23	

To-Do:

Habit Tracker

MON					
TUE					
WED					
THU					
FRI					
SAT					
SUN					

May 2021

Monday 24

Tuesday 25

Wednesday 26

Thursday 27

Friday 28

Saturday 29

Sunday 30

To-Do:

Habit Tracker

MON					
TUE					
WED					
THU					
FRI					
SAT					
SUN					

May/June 2021

Monday 31

Tuesday 1

Wednesday 2

Thursday 3

Friday 4

Saturday 5

Sunday 6

To-Do:

- ___________________
- ___________________
- ___________________
- ___________________
- ___________________
- ___________________
- ___________________
- ___________________
- ___________________
- ___________________
- ___________________
- ___________________

Habit Tracker

MON					
TUE					
WED					
THU					
FRI					
SAT					
SUN					

SUN	MON	TUE	WED	THU	FRI	SAT
		1	2	3	4	5
6	7	8	9	10	11	12
13	14	15	16	17	18	19
20	21	22	23	24	25	26
27	28	29	30			

June

June 2021

Monday 7

Tuesday 8

Wednesday 9

Thursday 10

Friday 11

Saturday 12

Sunday 13

To-Do:

Habit Tracker

MON					
TUE					
WED					
THU					
FRI					
SAT					
SUN					

June 2021

Monday 14	
Tuesday 15	
Wednesday 16	
Thursday 17	
Friday 18	
Saturday 19	
Sunday 20	

To-Do:

Habit Tracker

MON					
TUE					
WED					
THU					
FRI					
SAT					
SUN					

June 2021

Monday 21
Tuesday 22
Wednesday 23
Thursday 24
Friday 25
Saturday 26
Sunday 27

To-Do:

- ☐ _______________________
- ☐ _______________________
- ☐ _______________________
- ☐ _______________________
- ☐ _______________________
- ☐ _______________________
- ☐ _______________________
- ☐ _______________________
- ☐ _______________________
- ☐ _______________________
- ☐ _______________________
- ☐ _______________________

Habit Tracker

MON					
TUE					
WED					
THU					
FRI					
SAT					
SUN					

June/July 2021

Monday 28

Tuesday 29

Wednesday 30

Thursday 1

Friday 2

Saturday 3

Sunday 4

To-Do:

- ☐ _______________
- ☐ _______________
- ☐ _______________
- ☐ _______________
- ☐ _______________
- ☐ _______________
- ☐ _______________
- ☐ _______________
- ☐ _______________
- ☐ _______________
- ☐ _______________
- ☐ _______________

Habit Tracker

MON					
TUE					
WED					
THU					
FRI					
SAT					
SUN					

SUN	MON	TUE	WED	THU	FRI	SAT
				1	2	3
4	5	6	7	8	9	10
11	12	13	14	15	16	17
18	19	20	21	22	23	24
25	26	27	28	29	30	31

July

July 2021

Monday 5	
Tuesday 6	
Wednesday 7	
Thursday 8	
Friday 9	
Saturday 10	
Sunday 11	

To-Do:

- ☐ _______________
- ☐ _______________
- ☐ _______________
- ☐ _______________
- ☐ _______________
- ☐ _______________
- ☐ _______________
- ☐ _______________
- ☐ _______________
- ☐ _______________
- ☐ _______________
- ☐ _______________

Habit Tracker

MON					
TUE					
WED					
THU					
FRI					
SAT					
SUN					

July 2021

Monday 12
Tuesday 13
Wednesday 14
Thursday 15
Friday 16
Saturday 17
Sunday 18

To-Do:

- ☐ ____________________
- ☐ ____________________
- ☐ ____________________
- ☐ ____________________
- ☐ ____________________
- ☐ ____________________
- ☐ ____________________
- ☐ ____________________
- ☐ ____________________
- ☐ ____________________
- ☐ ____________________
- ☐ ____________________

Habit Tracker

MON					
TUE					
WED					
THU					
FRI					
SAT					
SUN					

July 2021

Monday 19	
Tuesday 20	
Wednesday 21	
Thursday 22	
Friday 23	
Saturday 24	
Sunday 25	

To-Do:

- ☐ ______________
- ☐ ______________
- ☐ ______________
- ☐ ______________
- ☐ ______________
- ☐ ______________
- ☐ ______________
- ☐ ______________
- ☐ ______________
- ☐ ______________
- ☐ ______________
- ☐ ______________

Habit Tracker

MON					
TUE					
WED					
THU					
FRI					
SAT					
SUN					

July/August 2021

Monday 26

Tuesday 27

Wednesday 28

Thursday 29

Friday 30

Saturday 31

Sunday 1

To-Do:

- ____________________
- ____________________
- ____________________
- ____________________
- ____________________
- ____________________
- ____________________
- ____________________
- ____________________
- ____________________
- ____________________
- ____________________

Habit Tracker

MON					
TUE					
WED					
THU					
FRI					
SAT					
SUN					

I am so grateful for the love and support of my friends

SUN	MON	TUE	WED	THU	FRI	SAT
1	2	3	4	5	6	7
8	9	10	11	12	13	14
15	16	17	18	19	20	21
22	23	24	25	26	27	28
29	30	31				

August

August 2021

Monday 2	
Tuesday 3	
Wednesday 4	
Thursday 5	
Friday 6	
Saturday 7	
Sunday 8	

To-Do:

- ○ _______________
- ○ _______________
- ○ _______________
- ○ _______________
- ○ _______________
- ○ _______________
- ○ _______________
- ○ _______________
- ○ _______________
- ○ _______________
- ○ _______________
- ○ _______________

Habit Tracker

MON					
TUE					
WED					
THU					
FRI					
SAT					
SUN					

August 2021

Monday 9

Tuesday 10

Wednesday 11

Thursday 12

Friday 13

Saturday 14

Sunday 15

To-Do:

Habit Tracker

MON					
TUE					
WED					
THU					
FRI					
SAT					
SUN					

August 2021

Monday 16

Tuesday 17

Wednesday 18

Thursday 19

Friday 20

Saturday 21

Sunday 22

To-Do:

Habit Tracker

MON					
TUE					
WED					
THU					
FRI					
SAT					
SUN					

August 2021

Monday 23

Tuesday 24

Wednesday 25

Thursday 26

Friday 27

Saturday 28

Sunday 29

To-Do:

- ______________
- ______________
- ______________
- ______________
- ______________
- ______________
- ______________
- ______________
- ______________
- ______________
- ______________
- ______________

Habit Tracker

MON				
TUE				
WED				
THU				
FRI				
SAT				
SUN				

August/September 2021

Monday 30

Tuesday 31

Wednesday 1

Thursday 2

Friday 3

Saturday 4

Sunday 5

To-Do:

- ☐ _______________
- ☐ _______________
- ☐ _______________
- ☐ _______________
- ☐ _______________
- ☐ _______________
- ☐ _______________
- ☐ _______________
- ☐ _______________
- ☐ _______________
- ☐ _______________
- ☐ _______________

Habit Tracker

MON					
TUE					
WED					
THU					
FRI					
SAT					
SUN					

The more I give thanks, the more things I have to be grateful for

SUN	MON	TUE	WED	THU	FRI	SAT
			1	2	3	4
5	6	7	8	9	10	11
12	13	14	15	16	17	18
19	20	21	22	23	24	25
26	27	28	29	30		

September

September 2021

Monday 6

Tuesday 7

Wednesday 8

Thursday 9

Friday 10

Saturday 11

Sunday 12

To-Do:

- ____________________
- ____________________
- ____________________
- ____________________
- ____________________
- ____________________
- ____________________
- ____________________
- ____________________
- ____________________
- ____________________
- ____________________

Habit Tracker

MON					
TUE					
WED					
THU					
FRI					
SAT					
SUN					

September 2021

Monday 13

| Tuesday 14 |

| Wednesday 15 |

| Thursday 16 |

| Friday 17 |

| Saturday 18 |

| Sunday 19 |

To-Do:

- ☐ _______________
- ☐ _______________
- ☐ _______________
- ☐ _______________
- ☐ _______________
- ☐ _______________
- ☐ _______________
- ☐ _______________
- ☐ _______________
- ☐ _______________
- ☐ _______________
- ☐ _______________

Habit Tracker

MON					
TUE					
WED					
THU					
FRI					
SAT					
SUN					

September 2021

Monday 20	
Tuesday 21	
Wednesday 22	
Thursday 23	
Friday 24	
Saturday 25	
Sunday 26	

To-Do:

- ☐ _______________
- ☐ _______________
- ☐ _______________
- ☐ _______________
- ☐ _______________
- ☐ _______________
- ☐ _______________
- ☐ _______________
- ☐ _______________
- ☐ _______________
- ☐ _______________
- ☐ _______________

Habit Tracker

MON					
TUE					
WED					
THU					
FRI					
SAT					
SUN					

September/October 2021

Monday 27	
Tuesday 28	
Wednesday 29	
Thursday 30	
Friday 1	
Saturday 2	
Sunday 3	

To-Do:

- [ ] ___________________
- [ ] ___________________
- [ ] ___________________
- [ ] ___________________
- [ ] ___________________
- [ ] ___________________
- [ ] ___________________
- [ ] ___________________
- [ ] ___________________
- [ ] ___________________
- [ ] ___________________
- [ ] ___________________

Habit Tracker

MON					
TUE					
WED					
THU					
FRI					
SAT					
SUN					

SUN	MON	TUE	WED	THU	FRI	SAT
					1	2
3	4	5	6	7	8	9
10	11	12	13	14	15	16
17	18	19	20	21	22	23
24	25	26	27	28	29	30
31						October

October 2021

Monday 4	
Tuesday 5	
Wednesday 6	
Thursday 7	
Friday 8	
Saturday 9	
Sunday 10	

To-Do:

- ○ __________
- ○ __________
- ○ __________
- ○ __________
- ○ __________
- ○ __________
- ○ __________
- ○ __________
- ○ __________
- ○ __________
- ○ __________
- ○ __________

Habit Tracker

MON					
TUE					
WED					
THU					
FRI					
SAT					
SUN					

October 2021

Monday 11

Tuesday 12

Wednesday 13

Thursday 14

Friday 15

Saturday 16

Sunday 17

To-Do:

- ☐ _______________________
- ☐ _______________________
- ☐ _______________________
- ☐ _______________________
- ☐ _______________________
- ☐ _______________________
- ☐ _______________________
- ☐ _______________________
- ☐ _______________________
- ☐ _______________________
- ☐ _______________________
- ☐ _______________________

Habit Tracker

MON					
TUE					
WED					
THU					
FRI					
SAT					
SUN					

October 2021

Monday 18

Tuesday 19

Wednesday 20

Thursday 21

Friday 22

Saturday 23

Sunday 24

To-Do:

- ☐ _______________________
- ☐ _______________________
- ☐ _______________________
- ☐ _______________________
- ☐ _______________________
- ☐ _______________________
- ☐ _______________________
- ☐ _______________________
- ☐ _______________________
- ☐ _______________________
- ☐ _______________________
- ☐ _______________________

Habit Tracker

MON					
TUE					
WED					
THU					
FRI					
SAT					
SUN					

October 2021

Monday 25	
Tuesday 26	
Wednesday 27	
Thursday 28	
Friday 29	
Saturday 30	
Sunday 31	

To-Do:

- ___________________
- ___________________
- ___________________
- ___________________
- ___________________
- ___________________
- ___________________
- ___________________
- ___________________
- ___________________
- ___________________
- ___________________

Habit Tracker

MON					
TUE					
WED					
THU					
FRI					
SAT					
SUN					

I am grateful for my loving RELATIONSHIPS

SUN	MON	TUE	WED	THU	FRI	SAT
	1	2	3	4	5	6
7	8	9	10	11	12	13
14	15	16	17	18	19	20
21	22	23	24	25	26	27
28	29	30				

November

November 2021

Monday 1	
Tuesday 2	
Wednesday 3	
Thursday 4	
Friday 5	
Saturday 6	
Sunday 7	

To-Do:

- ☐ _______________________
- ☐ _______________________
- ☐ _______________________
- ☐ _______________________
- ☐ _______________________
- ☐ _______________________
- ☐ _______________________
- ☐ _______________________
- ☐ _______________________
- ☐ _______________________
- ☐ _______________________
- ☐ _______________________

Habit Tracker

MON					
TUE					
WED					
THU					
FRI					
SAT					
SUN					

November 2021

Monday 8	
Tuesday 9	
Wednesday 10	
Thursday 11	
Friday 12	
Saturday 13	
Sunday 14	

To-Do:

Habit Tracker

MON					
TUE					
WED					
THU					
FRI					
SAT					
SUN					

November 2021

Monday 15

Tuesday 16

Wednesday 17

Thursday 18

Friday 19

Saturday 20

Sunday 21

To-Do:

- ☐ _______________________
- ☐ _______________________
- ☐ _______________________
- ☐ _______________________
- ☐ _______________________
- ☐ _______________________
- ☐ _______________________
- ☐ _______________________
- ☐ _______________________
- ☐ _______________________
- ☐ _______________________
- ☐ _______________________

Habit Tracker

MON					
TUE					
WED					
THU					
FRI					
SAT					
SUN					

November 2021

Monday 22

Tuesday 23

Wednesday 24

Thursday 25

Friday 26

Saturday 27

Sunday 28

To-Do:

- ______________________
- ______________________
- ______________________
- ______________________
- ______________________
- ______________________
- ______________________
- ______________________
- ______________________
- ______________________
- ______________________
- ______________________

Habit Tracker

MON					
TUE					
WED					
THU					
FRI					
SAT					
SUN					

November/December 2021

Monday 29

Tuesday 30

Wednesday 1

Thursday 2

Friday 3

Saturday 4

Sunday 5

To-Do:

Habit Tracker

MON					
TUE					
WED					
THU					
FRI					
SAT					
SUN					

My GRATITUDE and APPRECIATION attracts abundance of every kind

SUN	MON	TUE	WED	THU	FRI	SAT
			1	2	3	4
5	6	7	8	9	10	11
12	13	14	15	16	17	18
19	20	21	22	23	24	25
26	27	28	29	30	31	

December

December 2021

Monday 6	
Tuesday 7	
Wednesday 8	
Thursday 9	
Friday 10	
Saturday 11	
Sunday 12	

To-Do:

- ___________________
- ___________________
- ___________________
- ___________________
- ___________________
- ___________________
- ___________________
- ___________________
- ___________________
- ___________________
- ___________________
- ___________________

Habit Tracker

MON					
TUE					
WED					
THU					
FRI					
SAT					
SUN					

December 2021

Monday 13
Tuesday 14
Wednesday 15
Thursday 16
Friday 17
Saturday 18
Sunday 19

To-Do:

- ☐ ______________________
- ☐ ______________________
- ☐ ______________________
- ☐ ______________________
- ☐ ______________________
- ☐ ______________________
- ☐ ______________________
- ☐ ______________________
- ☐ ______________________
- ☐ ______________________
- ☐ ______________________
- ☐ ______________________

Habit Tracker

MON					
TUE					
WED					
THU					
FRI					
SAT					
SUN					

December 2021

Monday 20
Tuesday 21
Wednesday 22
Thursday 23
Friday 24
Saturday 25
Sunday 26

To-Do:

- ☐ _______________
- ☐ _______________
- ☐ _______________
- ☐ _______________
- ☐ _______________
- ☐ _______________
- ☐ _______________
- ☐ _______________
- ☐ _______________
- ☐ _______________
- ☐ _______________
- ☐ _______________

Habit Tracker

MON					
TUE					
WED					
THU					
FRI					
SAT					
SUN					

December 2021

Monday 27

Tuesday 28

Wednesday 29

Thursday 30

Friday 31

Saturday 1

Sunday 2

To-Do:

☐ _______________________
☐ _______________________
☐ _______________________
☐ _______________________
☐ _______________________
☐ _______________________
☐ _______________________
☐ _______________________
☐ _______________________
☐ _______________________
☐ _______________________
☐ _______________________

Habit Tracker

MON				
TUE				
WED				
THU				
FRI				
SAT				
SUN				

I experience gratitude for everything I have in my life